கல்வித்தை

(படிக்க - பதிக்க)

Published By

Kalvithai

Written by Saravanan.J

Copyright ©

Saravanan.J - POETRY WORLD ORG 2021

ISBN (Paperback) – **9789390724543**

First Edition : 2021

Book Design by POETRY WORLD

கல்விதை

(பழக்க - பதிக்க)

சரவணன்

அணிந்துரை

வீசும் வண்ண மலர்களைக் கோர்த்து.. அழகுற மாலை தொடுப்பது போல, தகுந்த வார்த்தைகளை தேடிப்பிடித்து கருத்துச் செறிவு மிக்க கவிதைகள் படைப்பது என்பது அவ்வளவு எளிதானதல்ல.

குறிப்பாக, சமூகத்தின் அவலங்களை சுட்டிக்காட்டி, வார்த்தைகளாலே சித்தரித்தும், தேவையான மாற்றங்களை கோடிட்டுக்காட்டியும், ஒரு சில வரிகளிலேயே, ரத்தினச் சுருக்கமாக குறுங்கவிதைகளை படைப்பது என்பது எல்லாக் கவிஞர்களுக்கும் சாத்தியமானதன்று. இப்படிப்பட்ட அருங்கவிதைகளை படைக்கின்ற கவிஞர்கள், குறுகிய காலத்திலேயே கவிச்சுவைஞர்கள், தமிழ் ஆர்வலர்கள் மத்தியில் வரவேற்பையும், பாராட்டுதலையும் பெற்று விடுகின்றனர்.

இந்த வரிசையில் முதலிடத்தில் நிற்கிறார், இந்நூலாசிரியர், சூரியன் பண்பலை வணிகப் பிரிவு மேலாளராக பணிபுரிந்து வரும் முதுகலை பட்டதாரி இனிய நண்பர், இளைஞர். ஜெ. சரவணன். சேலம் மாநகராட்சியை சேர்ந்த ஜெகநாதன் - மகேஸ்வரி தம்பதிகளின் இளைய மகனாக பிறந்த இவர், அரசுப் பள்ளி, கல்லூரிகளில் படித்து, தன் திறமையால் சமூகத்தில் குறிப்பிட்டுச் சொல்லும் இடத்தை பிடித்துள்ளார்.

வணிக ரீதியாக எனக்கு அறிமுகமான நூலாசிரியர் சரவணன், மிகச் சிறந்த கவிதை

படைப்பாளி என்பதை நான் அண்மையிலேயே அறிந்தேன்.

இவரது குறுங்கவிதைகளை வாசித்து அணிந்துரை எழுதுவதில் எனக்கு பெரும் மகிழ்ச்சி. ஒரு கவிதை நூல், வாசகர்களை எளிதில் சென்றடைய அந்நூலின் தலைப்பும், முகப்பும் முக்கிய பங்காற்றுகிறது. இதனை உணர்ந்த கவிஞர் சரவணன், தனது முதல் படைப்பான இக்கவிதை நூலுக்கு 'கல்விதை' எனப் பெயரிட்டுள்ளார். இப்பெயரே இந்நூலை வாசிக்கத் தூண்டும்.
இந்நூலில்...

'குடைந்த மலையை
குவாரிக்கும்..
அள்ளிய மணலை
லாரிக்கும்..
மாறிமாறி ஏற்றி
விற்று விட்டு
மரமில்லையேல்
மழையில்லையாம்!

என்கிற கவிதை வரிகள்.. இச்சமூகம் இயற்கைக்கு எதிராக விளைவிக்கின்ற தீங்குகளை யும், வெட்டிப்பேச்சு பேசுபவர்களை இலகுவாக குத்திக்காட்டும் வகையிலும் அமைந்துள்ளது.

'ஒற்றைக்காலில்
கொக்கென நில்!
உறுமீனாய்

வாய்ப்புனை
தழுவும் வரை..
கோழியென கிளறு!
வேண்டியதையே
தேடிக்கொள்..
வீசியயிடமெங்கும்
மறைந்தே போனாலும்!
கரைந்த உப்பெனவே
தனித்துவம் கொள்!

இக்கவிதை வரிகள்...
இக்கால இளைஞர்கள், சுயசார்பு மிக்கவர்களாக
உருவெடுக்க வேண்டும்..தனது தேவைகளை தாமே
பூர்த்தி செய்து கொள்ள வேண்டும் என்பதை
எடுத்துரைக்கிறது.

'காகிதமும் ஆயுதமே..
பதிந்த எழுத்துக்கள்
எதிரியின் எண்ணத்தை
எழுந்து அடிப்பதால்..
தாளும் ஆறுதலே!
வரிகளின் புரிதல்
உள்ளத்தின் சுமையை
தாங்கி அணைப்பதால்!

இக்கவிதை வரிகள்..
எழுத்துக்களின் வலிமையை இவ்வுலகிற்கு
பறைசாற்றுகிறது.
'காயப்படுத்த வீசிய
கற்களை - கண்டு
மலைக்காதே..

மலையென
குவிந்த கற்களில்
நின்று முழங்கிடு..
வீசியவர் - மிரண்டு
மலைக்கட்டும்!
உன்னுயரம் கண்டு!

இக்கவிதை வரிகள்..
எத்தனை இடர் நேர்ந்தாலும் தடைக்கற்களை
படிக்கற்களாக மாற்றிக் கொள்ள வேண்டுமென்ற
எண்ணத்தை தூண்டுகிறது.

'கடந்த கால
நினைவுகளும்..
எதிர்கால - எதிர்
பார்ப்புகளுமே..
நிகழ்கால
நிம்மதியை!
நித்தம் - பதம்
பார்க்கும்
எதிரிகள்!

இக்கவிதை வரிகள்..
மனிதகுலத்தின் மன அழுத்தத்தின் மூலக் காரணத்தை
சித்தரிக்கிறது.

'தாகத்தை தீர்க்க!
வான் முட்ட
உயரப்பறந்து..
பனியை பருகும்
பருந்துகள்..

பானையில் - நீர்
தேடும் காகத்தை!
போட்டியாக
நினைப்பதில்லை!

இக்கவிதை வரிகள்.
உயர்ந்த இலக்கை லட்சியமாகக் கொண்டவர்கள்,
சிறியோர்களின் நிலையை கருத்தில் கொள்ளக்கூடாது
என்கின்றன.

மருந்தால் ஆறாத
ரணம்பட்ட மனம்..
மறந்தால்தான்
குணமாகுமெனில்!
மறதியும் மருந்தே!

இக்கவிதை வரிகளால்,
மறதிக்கு 'மருந்து' என புது இலக்கணம் கண்டுள்ளார்
நூலாசிரியர்.

இப்படியாக... அனைத்து கவிதைகளுமே, சமூக
அவலங்களை சுட்டிக்காட்டுவதோடு, சமூக மாற்றத்திற்கு
தேவையான நல்ல கருத்துக்களை தாங்கி நிற்கின்றன.

இந்நூலை கையில் எடுத்துள்ள தாங்களே,
அனைத்துக் கவிதைகளும், வாசித்து சுவையுணர
வழிவிட்டு அணிந்துரையை நிறைவு செய்கிறேன்.

'கல்விதை' கவிதை நூல், வாசிப்பவர்களை மட்டுமின்றி, வாசிப்பவர்களின் வாய்வழி கேட்போரையும், வாசிக்க தூண்டும் என்பதாக உணர்கிறேன்.

நல்லதொரு குறுங்கவிதைத் தொகுப்பினை படைத்துள்ள இந்நூலாசிரியர் சரவணன், மென்மேலும் பல்வேறு கவிதை நூல்களைப் படைத்து, மக்கள் மனதிலும், விருதுகள் பட்டியலிலும் இடம் பிடிக்க வேண்டும் என்பது என் ஆவல். என் எண்ணம் ஈடேறும் என்பதில் எனக்கு மிகுந்த நம்பிக்கை உண்டு.

வாழ்த்துக்களுடன்.
கவிஞர். பெ.பெரியார் மன்னன்,
இணைச் செயலர்,
இலக்கியப்பேரவை,
வாழப்பாடி.

என்னுரை

படைப்பவர் எவரானாலும் அப்படைப்பின் மதிப்பு ஏற்போரின் எண்ணங்களை பொருத்தே முழுமை பெறுகிறது என்பதே நிதர்சனம்.. அவ்வரிசையில் என் வரிகளை வாழ்த்தி அணிந்துரை தந்த அன்பு பொழியும் மழலை கவிஞர். பெரியார் மன்னன் அவர்களுக்கும்... காகித எழுத்துக்களை கவிதை எழுத்தாக ஊக்குவித்த அன்புள்ளங்களுக்கு இத்தருணத்தில் நெஞ்சார்ந்த நன்றிகளை உரித்தாக்குவதில் உளமார மகிழ்கிறேன்..

இங்கே பதித்த நல்விதைகளே விருச்சமாக விரும்பாத போது கல்விதை எப்படி தளிராக முடியும் என்பதை இத்தலைப்பை படித்தவுடன் யோசிக்க தோன்றும்.. பிறகே வாசிக்க தூண்டும்.. ஆம் கல் என்பது கற்பதையும்.. விதை என்பது விதைப்பதையும் இத்தலைப்பு தாங்கி நிற்பதால். படிக்க நேர்ந்தால் மனதில் பதிக என்றும்.. பிறர் மனதில் பதிக்கவும் வேண்டுகிறேன்..

இந்நூலில் பதிந்த சில வரிகள் வலிமையை தரலாம்.. சில வரிகள் வழியை தரலாம் ஆனால் ஒரு போதும் வாசிப்போரின் மனதில் வலியை தந்து தங்கிட கூடாதென்று கவனத்தோடு கையாண்டுள்ளேன்.. இருந்தும் சில வரிகள் சுட்டி காட்டுபவையாக அமைந்திருந்தால் அதனை குத்தி காட்டுபவையென எண்ண வேண்டாம்.. இறுதியாக ஒன்றை உறுதியாக சொல்ல விரும்புவது இதைத்தான்.. கரத்தில் சேர்ந்த இப்புத்தகம் உங்கள் அகத்துள் ஜொலிக்காமல் போனாலும்.. இவ் யுகத்தை செதுக்கும் உளியென ஒலிக்கலாம்....

இந்நூல்

அகயிருள் அகல
சுடரொளி சுரக்கும்
பேரருள் மொழியாம்
எம்மொழி தமிழுக்கும்..
பேரன்பை ஈந்து
பேரின்பம் சூழ
வளர்த்தெடுத்த
பெற்றோர்க்கும்..
வெற்று வரிகளை
வெற்றி வரிகளாய்
வார்த்தெடுத்த
சுற்றோர்க்கும்..
சமர்ப்பணம்..

உள்ளடக்கம்

உபதேச ஊர்க்குருவி

குடைந்த மலையை

குவாரிக்கும்..

அள்ளிய மணலை

லாரிக்கும்..

மாறிமாறி ஏற்றி

விற்று விட்டு..

மரமில்லையேல்

மழையில்லையாம்..

தே(வே)ச பக்தி

அரசு கடையில்

அன்றாடும்

குடியை!

அரங்கேற்றும்

குடிமகன்..

குடியரசு தின

அன்றொரு

நாள் மட்டும்

குடிக்காமல்!

ஏற்றுகிறான்

கொடியை..

தத்துவமாகு

ஒற்றைக்காலில்

கொக்கென நில்!

உறுமீனாய்

வாய்ப்புனை

தழுவும் வரை..

கோழியென கிளறு!

வேண்டியதையே

தேடிக்கொள்..

வீசியயிடமெங்கும்

மறைந்தே போனாலும்!

கரைந்த உப்பெனவே

தனித்துவம் கொள்..

வறியவர் வரியவர்

வருமான வரி

சோதனை

வலியவர்க்கும்..

வருமானமே

வராத வேதனை

எளியவற்கும்..

வாடிக்கையான

வேடிக்கையாம்

நவீன வாழ்விலே...

காட்சிப்பிழை

தனித்துவத்தின்

பிம்பங்களே!

எவரோடும் உனை

ஒப்பிட எண்ணாதீர்..

ஒன்று வென்றால்

தலைகனத்தில்

சாய்வாய்...

இல்லையேல்!

மனமுடைந்து

மாய்வாய்..

பலமறியா பழங்கள்

புசிப்பாரற்று

இலைமறைவில்

காத்திருக்கும்!

முதிர்ந்த கனிக்கு

தெரிவதில்லை..

உதிர்ந்துப்பதிந்து

வரும்யுகம் நூறுக்கும்!

பசியாற்ற எழும்

விருச்சமே - நாளை

தான் தானென்று.

ஆயுத எழுத்து

காகிதமும் ஆயுதமே..

பதிந்த எழுத்துக்கள்

எதிரியின் எண்ணத்தை

எழுந்து அடிப்பதால்..

தாளும் ஆறுதலே!

வரிகளின் புரிதல்

உள்ளத்தின் சுமையை

தாங்கி அணைப்பதால்..

கைல காசு வகுப்புல பாஸு

ஏட்டில் - கலைவாணி
வேண்டி நின்றேன்..
தட்டில் - லட்சுமி
வேண்டுமென்றார்..
வீட்டில் போராடி
கொண்டு தந்தேன்
இந்நாட்டில்!
போராளி
நீயேயென்றார் ..

பொய்த்த மெய்

தன் மெய்!

மெய்யென்று..

மெத்தம் கற்றவனின்

சத்தம் மொத்தமும்

நிசப்தமானது..

கல்லாத வெட்டியான்!

சுத்தமா வெட்டிய

மோட்ச குழியிலே..

காலனின் கோலம்

கடந்த கால

நினைவுகளும்..

எதிர்கால - எதிர்

பார்ப்புகளுமே..

நிகழ்கால

நிம்மதியை!

நித்தம் - பதம்

பார்க்கும்

எதிரிகள்.

பொறுமையில் உறை

உன்னை

கடுப்பேற்றும்

எதிர்ப்புகளால்

சூடாகாதே..

பொன்னை

மெருகேற்றும்

தீத்துளிகள்

ஜில்லென

இருப்பதில்லை..

நீயே உன் நிகர்

தாகத்தை தீர்க்க!

வான் முட்ட

உயரப்பறந்து..

பனியை பருகும்

பருந்துகள்..

பானையில் – நீர்

தேடும் காகத்தை!

போட்டியாக

நினைப்பதில்லை..

சங்கிலி சோறு

வயிறு ஒட்டி

சுற்றி திரியும்!

தெரு நாயின்

பட்டினி சுதந்திரம்..

கயிறு கட்டி

கொழுத்திருக்கும்..

மெத்த வீட்டு!

மொத்த நாய்க்கும்

வாய்ப்பதில்லை..

மகிழ் அகம்

பணத்தால்!

டாடா பில்லா

ஆகாத ஏழை

அப்பாக்கள்..

மனதால்

ஆகிறார்கள்!

அவரவர் பிள்ள

டாடா காட்டி

சிரிக்கையில்..

அகராதியின் இறுதியுரை

நிரந்தரமில்லா

சொற்ப வாழ்வில்..

நிலைக்குமென்ற

அற்ப எண்ணம்

அர்த்தமற்றே

போகிறது..

ஆடுபவனின்

அகராதியில்..

வதைபடும் களம்

எழுவதை

மட்டுமே

இலக்கென

கொண்ட

விதைகள்..

புதைந்த

இடத்தில்

சிதைவதை!

சிரமமென

எண்ணாது...

மேதினில் மேலோர்

கிழவரென

ஏளனம்

செய்யாதே..

உழவரெனும்

அந்தஸ்த்தில்!

இவ்வுலகை

வலம் வரும்..

அதிகமுள்ள

வலியோர்

இவரே..

தடமெல்லாம் தடங்கள்

ஏரிகளை நிரப்பிய

அடுக்குமாடிகள்..

தூர்வாரா

குளங்களின்

மண்மூடிய

மனை நிலங்கள்..

நீர் செல்லும்

தடமெங்கும்

மனிதா - உன்

கால் தடங்களே

பெருந்தடங்கல்..

மடந்தையீந்த மடமை

கருவறையில்

சுமந்த தாயை

மணவறையில்

துறந்தவன்..

ஆலய

கருவறைக்கு!

அபிசேகம்

செய்கிறான்..

தன் மனைவி

கரு சுமக்க..

தேவைக்கே தேவை

பந்தியில்

முந்தி வைக்கும்

வாழை இலைக்கு

தெரிவதில்லை...

விருந்து முடிந்ததும்

விட்டெறிவார் என்று ..

நன்றி சொல்

கஷ்டத்தில்

விட்டு சென்ற

பாசாங்கு

நண்பருக்கும்...

கஷ்டத்தை

இட்டு சென்ற

வேசமிட்ட

அன்பருக்கும்

மீண்டும்!

நன்றி சொல்..

மீண்டு வந்து..

விளையாடும் விலை ஆடே

விலை ஆடு!

தளை போடும்

கரங்களை

முட்டிதள்ளி..

தலையெடுக்கும்

கரங்களுள்!

விளையாடும்..

கட்டித்தழுவி..

சன்மானம்

அவமானத்தில்
பட்ட சுவடுகளும்
அவ்வப்போது!
வெகுமானம்
பெறச்செய்யும்
தடங்களாகலாம்.

அளவோடு உலவு

அளவின்றி!

உரிமை

காட்டிய

உறவும்..

உப்பை

கூட்டிய

உணவும்..

உதவாது

போகும்..

வாழ்வுக்கும்

வயிற்றுக்கும்

பசியாற்றும் இசை

ஓலை குடிசையின்

கூரையில் நின்ற

ஒற்றை காக்கா!

ஒன்னுமில்லா

ஓட்டை பாத்திரத்தை

கண்டு கரைந்திட..

ஓட்டிய வயிற்றுடன்

ஓட்டு கேட்டனர்..

செவிக்குணவிடும்

காக்கையின்

இசையை..

வலியவன் வழி

தனித்து நின்று
ஒளிர்பவரின்
துணிவு – தன்
இனத்தோடு
ஒளிந்து நின்று!
பிழைப்போர்க்கு
வாய்ப்பதில்லை.

இழிவுள்ளம்

பகைவன் வீசிய
பட்டாக்கத்தி
பட்ட இடத்தில்!
ரத்தம் ஏதும்
சொட்டவில்லை..
பழகியவன் உரசிய
அட்டக்கத்தியால்..
கொட்டிய ரத்தம்
ஏனோ இன்னும்!
நிற்கவில்லை..

மெகாத்மா

பணத்தாளின்

மதிப்பால் மகிழும்

நம் ஆத்மா..

ஒருபோதும்!

மகாத்மாவின்

சிரிப்பால்

மகிழ்வதில்லை.

அஞ்சா லஞ்சம்

லஞ்சத்தை!

தவிர்க்க எடுத்த

உறுதிமொழி தகர்ந்தது..

அர்ச்சனைத்தட்டில்

போடச்சொல்லும்

தட்சணை சத்தத்தில்..

சொற்சுவை

சொல்லை

பகிரும் முன்

சுவைத்து பார்..

இனிக்கும்

சொல்லை!

பந்தியிடுவதை

காட்டிலும் - இங்கே

கசக்கும் சொல்லை

பரிமாறாமல்

இருப்பதே மேல்..

மனித பொருள்

தேவைக்கு மட்டுமே
பயன்படுத்தக்கூடிய
பொருள்களை..
நேசிக்கத்தெரிந்த
மனிதனிங்கே!
நேசிக்க வேண்டிய
மனிதர்களையும்..
தேவைக்கு மட்டுமே
பயன்படுத்தி
கொள்கிறான்..

பத்திய பசி

வறுமையில்
திண்டாடும்
ஒட்டிய வயிறு!
பெருமை பேசி
திரிவதில்லை..
சிக்ஸ் பேக்கை
கொண்டாடும்
சினிமாக்கார
நடிகரைப்போல்..

குங்கும சங்கமம்

விதவையெனும்

வார்த்தை சூடா

நெற்றிப்புள்ளி..

கைம்பெண்னென

சொல்கையிலே!

இரு பொட்டினை

இட்டுக்கொண்டது

நம்புவார் வெம்புவார்

சிவப்பான

முகத்தை காட்டி

ஃபேஸ் க்ரீமையும்..

கருப்பான

கேசத்தை காட்டி

ஹேராயிலையும்..

விளம்பரப்படுத்தும்

வியாபார யுக்தியை!

தெரிந்தும் நுகரும்

வாடிக்கையாளரே..

நம் தேசத்தின்!

வேடிக்கையாளர்கள்..

நிந்திக்கா நொடி

சந்திக்க

சிந்தித்தேன்..

சந்திப்பு

நேரவில்லை..

சந்திக்க

நேர்கையில்..

சிந்திக்க

நேரமில்லை..

முந்தியிருப்ப செயல்

மானெழும் முன்னே!

கண்விழிக்கும்

சிங்கத்தின் விடியல்

பிடித்தேனும் புசிக்கும்..

சிங்கமெழும் முன்னே!

துயிலெழும் மானின்

விடியல் - தப்பித்தேனும்

பிழைக்கும்..

பொம்மை வெழ

அறிவியலே!
நீ கண்டறிந்த
அணுகுண்டு
சத்தமும்..
ஏவுகணை
மொத்தமும்
பொய்த்தது..
ஆழ்துளையுள்!
அவ்வப்போது
விழுந்தழும்..
குழந்தைகளின்
கூக்குரல்
அச்சத்தில்..

கல்லுக்கோர் அர்ச்சனை

பாறையின்

பொறுமை!

அலையின்

கர்ஜனைக்கு

பெருமை

சேர்க்கிறது..

எண்ணுவதே எல்லாம்

சொர்க்கமும்

நரகமும்!

வாழ்வை கடந்த

உலகமல்ல..

நிகழ் வாழ்வில்

நடப்பதை!

அனுபவித்து

கடப்பதும்..

அல்லல்பட்டு

துடிப்பதுமே..

செஞ்சோற்று கடன்

வனத்தையும்!

இனத்தையுமிழந்த

வனவாசம் கொண்ட

யானைகள்..

பணவாசம் பழகிட

ஆசீர்வதிக்க கற்கிறது!

பாகனின் பசித்தீர்க்கவும்

தன்பசியை தினம்போக்கவும்..

தணியா சுமை

இலக்கெனும்..

திமிங்கலம் பிடித்தாலே!

தனியார் தருவாரிங்கே

புழுவென ஊதியம்..

புழுவென

உழைப்போருங்கூட

திமிங்கலமாய்!

பெறுவார் சிலரிங்கே

அரசாலே ஊதியம்..

வாசல்வழி சாமிகள்

ஆண்டவனைத்தேடி

ஓடி நுழைகிறாய்

ஆலய கருவறையில்..

ஆண்டவனாய்!

நீயே தெரிகிறாய்

வாசல் யாசகரின்

வாழ்வின் எல்லை

வரையில்..

தொண்டர் புராணம்

வென்றவனை

வாழ்த்த - வரிசை

கட்டி நிற்காதே..

நொந்தவனை

தேற்த்த - வரிஞ்சு

கட்டி நில்..

வென்றவனுக்கு!

நீயும் கூட்டம்..

நொந்தவனுக்கோ!

நீயே - ஊட்டம்..

தெளிவுடன் மிளிர்

கற்றதை!

தெளிவின்றி கக்கும்

அறிவாளியை விட..

தெரிந்ததை!

தெளிவாய் உளரும்

அறிவிலியே மேல் ..

ஒரு பிரார்த்தனை

நோய்நொடி தீர்க்க

ஆலயம் அலையும்

நோயாளி கூட்டம்..

தீராத நோயாளி

நிறைய வேண்டி

மருத்துவர் கட்டும்

மருத்துவ கூடம்..

வேண்டுதல் ஒன்றே..

இறைவா! வா!

வரம் யாருக்கு?

மருத்துவர்க்கா..

வருந்துபவர்க்கா..

இயல்பெது அதுவே

தண்ணீரும் தீயை
அணைக்கும்..
வெந்நீரும் தீயை
அணைக்கும்..
தண்ணீரையும்
வெந்நீரையும்
வேறுபடுத்துவது
வெப்பமானாலும்
அணைப்பது
என்னவோ
நீரின் இயல்பே..

தூய தூதர்

வானூர்திகளில்

தூவிய மலர்கள்..

சிதறிய சிலது

சேரியில் விழுந்திட..

கமழ்ந்தது மணம்!

குப்பை மலர்களை

துப்புரவு செய்யும்

பணியாளர் மனதில்...

சேய்க்கொரு சேதி

ஈன்றவளை
இயன்றவரை
நேசித்துப்பார்..
இப்பாரில்!
இயலாததும்
இலகுவாகும்..

பசிப்பறி

வட்டமிடும்
சாமானிய
பருந்தின் பசி..
வலம் வரும்
சமஸ்தான!
புறாக்களுக்கு
தெரிவதில்லை

ஆகாரம் தேடி

நட்ட கன்றுகளை

மாடு மேய்ந்தது..

தான் இட்ட

கன்றுக்கு!

பால் வேண்டி

மழை தந்த குடை

விரித்த

குடையொன்று!

முடிந்த மழைக்கு

அடங்கி முடங்க..

வந்த மழையால்

இந்த காளான்!

விடிந்ததும்

விரிந்தது..

பிழையின் விலை

யாசகருக்கான தானம்

பிச்சையாக..

குருவின் கட்டணம்

தட்சணையாக..

வரதட்சணை வாங்கி!

மா பிழையாக்குபவன்

மாப்பிளையாகிறான்..

இரவல் சுவடு

யாரோ பதிந்த

பாதங்களால்!

பாதையாகிய

தடங்கள்..

உனக்கான

சுவடுகளை

தருவதில்லை..

மனத்திடம்

எண்பதாலும்

முடியும்..

ஒன்பதாலும்

முடியும்..

முடியாது

என்பதை!

எண்ணாத

உள்ளமெனில்

செல்வ செவி

காதறுந்த

காலணியின்

குமுறலை..

காதோர

காதணிகள்

கேட்பதில்லை.

எண்ணச்சிதறல்

ஓடுகளத்தின்

புற்களை ரசிக்கும்

பந்தயத்து பரிகளின்

பற்கள் என்றும்..

வெற்றி கனியை!

ருசிப்பதில்லை

வாழும் வறுமை

ஒழிக்க தேடிய

வறுமை இங்கே!

ஒளிந்து கொண்டது..

நலிந்தவர்களின்

வற்றிய வயிற்றுக்குள்..

கலங்காதே.. கலக்கிடு

காயப்படுத்த வீசிய

கற்களை - கண்டு

மலைக்காதே..

மலையென

குவிந்த கற்களில்

நின்று முழங்கிடு..

வீசியவர் - மிரண்டு

மலைக்கட்டும்!

உன்னுயரம் கண்டு.

நியாய தராசு

வானில் விட்ட

சந்திராயன்

விண்கலமும்..

வறுமையை விரட்ட

சந்திரன் விற்ற

வெண்கலமும்..

வல்லரசின்

அறிகுறிதான்...

கௌரவ வறுமை

நசுக்கி பிழிந்து

துலக்கி தூரவீசிய

பற்பசை கூறுமிங்கே!

பலரின் - பலகீன

வாழ்க்கையின்

மெலிந்த சிக்கனத்தை..

வலைக்குள் நிலவு

மீனுக்கு போடும்
வலையை வீசி!
வானுக்கும் போடு..
ரெண்டு - மீனு
மாட்டாம போனாலும்...
ஒரு **Moon**னாவது
மாட்டட்டும்..

மறதித்துவம்

மருந்தால் ஆறாத
ரணம்பட்ட மனம்..
மறந்தால்தான்
குணமாகுமெனில்!
மறதியும் மருந்தே..

சூழ்நிலை கைதிகள்

சாமானிய நாயிங்கே
சர்க்கார் ரோட்டில்!
சுதந்திரமா குரைக்க..
சாகச சிங்கமங்கே
கர்ஜிக்கிறது!
சர்க்கஸ் கூண்டில்
கைதியாக..

பண்பட்ட மனமானது

தரமா கிடைக்கவே
தாமதமாகுதென்ற
நம்பிக்கையிலும்..
தவறவிட்டதெல்லாம்
நமக்கானதல்ல என்ற
சமாதானத்திலுமே..
தன்னைத்தானே
பக்குவப்படுத்தி
பயணப்படும்..

சிறை வாசம்

பரந்த வானின்
சுதந்திர காற்றை
கூண்டுக்குள்
சுவாசித்தது!
பறக்க ஏங்கும்
சிறைப்பறவை..

தன்மான ஆணவம்

விட்டில் பூச்சி
வெளிச்சம் பெறும்
கொட்டில் வீட்டின்
இருளுக்கு..
ஒற்றைக்கம்ப
ஒளி விளக்கின்
ஒரு துளியும்
தேவையில்லை..

முள் வேலி

கர்வம் கொண்ட
ரோசாவே..
உன் பேரழகின்
சிறப்பில்..
கோர முள்ளிற்கும்
பங்குண்டு..

என் நிலத்தில்..

தனிமரம்
தோப்பானது..
முதிர்ந்த கனிகள்
உதிர்ந்து..
புதைந்த விதைகள்
மீண்டு எழுந்ததால்..

மழை மொழி

தன்னை வெட்டும்

மின்னல் கீற்றை

மேகம் என்றும்

வெறுப்பதில்லை..

மழையாய் சிரித்து

மண்ணை

மகிழ்விப்பதால்..

நீங்கி நிஜமாகு

உனை நம்பும்

விழிக்கு விலகாத

இமையாயிரு..

உனை நம்பா

விழியிடம்

விடைபெற்று

விலகியே இரு..

முயலப்பழகு

ஆயிரம் தினங்கள்

பயந்து உலன்று

சிந்திப்பதை விட..

அரை கணம்

துணிந்து முயன்று

சந்திப்பதே மேல்.

அன்பின் ஊசல்

மதிப்பு மிக்க

அன்பு - மதிக்க

தெரியாதவரிடம்

காட்டுகையிலும்..

மதியிழந்தவரிடம்

எதிர்பார்க்கையிலும்!

விசையின்றி அசைகிறது..

கறைபழிந்த அக்கறை

ஆகாய பருந்தின்

சுதந்திர சிறகை

வருணிக்கிறான்!

கூண்டுக்கிளியை

தன் - கருணை

சிறையில்

கைதாக்கி

அலவலாவும் உலவிகள்

அழகை கொண்டாடும்

ஆறறிவு மனிதரின்

காதலானது..

அலகால் உறவாடும்

காக்கை குருவியின்

அன்பிடம் - அவ்வப்போது!

தோற்றுத்தான் போகிறது..

களவாகா கருமைகள்

ஒளிரும் நிலவு

மிளிரும் விண்மீன்

எரியும் மண்விளக்கு

எடிசனின் மின்விளக்கு..

கருமையே!!

உன்னை வெல்லத்தான்

எத்தனை வெளிச்சங்கள்..

குறைசூழ் மாந்தர்

கோழியினடியில்

மிதிபட்ட குஞ்சு..

கழுகின் கடி

படாதவரை..

தாயையே - பழி

சொல்லும்..

வரும்வரை ஏங்காதே

வாய்ப்பு கிட்டா

திறமைகள்!

ஜொலிப்பதில்லை..

வாய்ப்பை விட்ட

திறமைகள்!

ஜெயிப்பதில்லை..

புயலின் புள்ளி

விண்ணை

அளக்கும்!

நிமிர்ந்த

விருட்சமும்..

மண்ணுள்

புதைகையில்!

சின்ன விதையே

ஆன்றோர் வாக்கு

வாழ்வெனும்
போராட்டத்தில்!
வெற்றி கண்டு
மாண்டவரை
காட்டிலும்!
கற்று கொண்டு
ஆண்டவரே அதிகம்..

வீழ்வது இழிவல்ல

புதைந்த
விதையெலாம்.
விருட்சமாவதில்லை..
மண்ணுள்!
சிதைந்த விதைகளே
விருட்சமாகிறது..

வாசிக்கா வாக்கியம்

சிலர் வாழ்வில்!

விற்பனைக்கு கிட்டாத

வாழ்க்கைப்புத்தகம்..

கற்பனைக்கும் எட்டாத

கதைகளை தாங்கி

யாசித்து கடக்கிறது..

நேசித்து வாசிக்கும்

வாசகர் யாருமின்றி..

ஆழ்குரல் ஆன்மா

மலடியென்று

இட்டப்பட்டம்

மாண்டுவிட்டது..

வாசல் முற்ற

யாசகனின்!

அம்மாவெனும்

சத்தத்தில்..

உன்னதம்

நிதானம் - நீ
தானம்
தரும் - எந்த!
தருமத்திலும்
பெரிது..

வானேறி வறண்ட ஏரி

வற்றிய ஆற்றில்
மாண்ட மீன்கள்
முள்ளால் திசைகாட்ட..
நீர்த்தேடி - நிலவுக்கு
செல்லும் குடிமகனே..
கண்டுபிடித்து சொல்!
அங்கேனும் ஏறட்டும்குடி
மணலள்ளும் மாந்தரினம்..

ஆதிமுதல்

களவை இழிவென்று
முதலாளி தண்டிக்க..
கல்லாவை களவாடி
முதலாளியானான்..

உலக நீதி

ஞாலம் - கற்க
மறுத்தாலும்..
காலம் - கற்பிக்க
மறப்பதில்லை.

இமய இமையே

நெருங்கியே
நீ சென்றும்..
தும்பியாய் சிலர்
விலகியே பறப்பர்..
உமியாய் உதறி
நீங்கியே பார்..
தேனீயாய் நெருங்கி
விரும்பியே மொய்ப்பர்..

நிசப்த சமர்

மெளனத்தின்
உக்கிரம்..
அக்கிரமத்தை
பொசுக்கட்டும்..
அதுவரை!
கல்லாய் இரு..

உள்ளவரை ஓயாதே

வாழும் மரத்தின்

சருகாய்

போவதை விட

வீழும் மரத்தின்

விழுதாய்

சாயலாம்.

மனிதத்துவம்

மனிதன் ஓர்

வினோத ஜனனம்..

வாழ்ந்து முடித்தவனுக்கு

நினைவு சின்னமும்..

வாழ நினைப்பவனுக்கு

நீங்கா ரணமும்

பரிசாய் தருகிறான்..

நீர் நிலா

நடுங்கியது
இருள் நிலவு
குளத்தில்!
சிறுவன் எறிந்த
சிறு கல்லில்..

மறதியுலா

மறதியெனும்
மந்திரம்
மனதினுள்
நிகழ்வதாலே..
மனிதமெனும்
எந்திரம்
மனிதனாய்
சுழல்கிறது..

கலையின் விலை

சிற்பனின் சிற்பம்
பொன்மாலை
அணிந்தாலும்..
அவன் உளி
பெறும் கூலி!
வெறும் சொற்பமே..

விழா சோறு

கட்டிபோட்ட
வீட்டு நாய்க்கு
இட்ட கறியும்
கைதி சோறே..
கல்லடிப்பட்ட
தெருநாய்க்கோ..
விழுமந்த - மீந்த
இலையும்
விடுதலை சோறே..

இரை மொழி

சிறகின் வலியை
யோசிக்கும்
பசித்த பறவைக்கு!
இரைக்கான வழி
கிடைப்பதில்லை

பிரதியாகாத அசல்

செயற்கை..
கோளிலும் - சுழலும்
டிஜிட்டல் ட்ரோனிலும்..
பதிவேற்றமாகாத
வறுமை தட்டுகள்..
பறக்கும் தட்டானது
அதிசயமாய்..

இந்நிகழ்கால கல்விதை வருங்கால விருச்சமாக நீர்
வார்த்தவர்கள்..

திரு. க. தங்கராஜா

திரு. சே. த. இளங்கோவன்

திரு. ம. சரவணன்

திரு . பெரியார் மன்னன்

திருமதி . கோமகள் அனுபமா

திருமதி. சிந்து செந்தில்

திரு. பொன். செந்தில்

திரு. நாகமுத்துபாண்டி

திரு. மும்மது அனீஸ் (எ) தமிழ்

பதிப்பகத்தார். நிவேதிதா

செல்வி. சண்முகதேவி

93